இராமலிங்க சுவாமிகள் பாடல் திரட்டு

சாமி. சிதம்பரனார்

Title: Ramalinga Swamigal Paadal Thirattu

Author: Sami Chidambaranar

Language: Tamil

First Published on: 1928

Year of Publication: 2025

Book Format: Paperback

*Page Size: 6inch * 9inch*

Category: Religious

Subject: Religious Poems

No. of pages: 32

ISBN: 978-81-686511-8-0

Published by: Nilan Publishers, Madurai, Tamilnadu, India

பொருளடக்கம்

குறிப்புகளுக்காக

இராமலிங்க சுவாமிகள் பாடல் திரட்டு

1. இயற்கை உண்மையதாய் இயற்கை இன்பமும்ஆம்
அயர்ப்பிலாச் சிற்சபை அருட்பெருஞ்சோதி

2. சாதியும் மதமும் சமயமுங் காணா
ஆதி அநாதியாம் அருட்பெருஞ்சோதி

3. எண்ணிய எண்ணியாங்கு இயற்றுக என்றெனை
அண்ணிஉள் ஓங்கும் அருட்பெருஞ்சோதி

4. சாதியும் மதமும் சமயமும் பொய்யென
ஆதியில் உணர்த்திய அருட்பெருஞ்சோதி

5. எவ்வகை உயிர்களும் இன்புற ஆங்கே
அவ்வகை தெருட்டும் அருட்பெருஞ்சோதி

6. களங்கம் நீத்துஉலகங் களிப்புற மெய்ந்நெறி
விளங்க என்னுள்ளே விளங்கும் மெய்ப்பொருளே

7. உயிரெலாம் பொதுவின் உளம்பட நோக்குக
செயிர்எலாம் விடுகஎனச் செப்பிய சிவமே

8. அருளே நம்மியல் அருளே நம்உரு
அருளே நம்வடிவு ஆம்என்ற சிவமே

9. அருளே நம்அடி அருளே நம்முடி
அருளே நம்நடுவாம் என்ற சிவமே

10. அருளே நம்அறிவு அருளே நம்மனம்

அருளே நம்குணம் ஆம்என்ற சிவமே

11. அருளே நம்துணை அருளே நம்தொழில்
அருளே நம்விருப்பு ஆம்என்ற சிவமே

12. அருளே நம்பொருள் அருளே நம்ஒளி
அருளே நாம்அறி வாய்என்ற சிவமே

13. அருளே நம்குலம் அருளே நம்இனம்
அருளே நாம்அறி வாய்என்ற சிவமே

14. அருளே நம்சுகம் அருளே நம்பெயர்
அருளே நாம்அறி வாய்என்ற சிவமே

15. தூக்கமும் சோம்பும்என் துன்பமும் அச்சமும்
ஏக்கமும் நீக்கிய என்தனித் தாயே

16. மதத்திலே அபிமானங் கொண்டு உழல்வேன்
வாட்ட மேசெயும் கூட்டத்திற் பயில்வேன்
இதத்தி லேஒரு வார்த்தையும் புகலேன்
ஈயும் மொய்த்திடற்கு இசைவுறாது உண்பேன்
குதத்தி லேஇழி மலத்தினுங் கடையேன்
கோடை வெய்யிலின் கொடுமையிற் கொடியேன்
சிதத்தி லேஉறற்கு என்செயக் கடவேன்
தெய்வமே எனைச் சேர்த்துக்கொண்டு அருளே.

17. கானமே உழல் விலங்கினிற் கடையேன்
காமம் ஆதிகள் களைகணிற் பிடித்தேன்
மானம் மேலிடச் சாதியே மதமே
வாழ்க்கையே என வாரிக்கொண்டு அலைந்தேன்
ஈன மேபொருள் எனக்களித் திருந்தேன்
இரக்கம்என்பதோர் எட்டுணை அறியேன்

ஞானம் மேவுதற்கு என்செயக் கடவேன்
நாயகா எனை நயந்து கொண்டு அருளே!

18. சாதிமதம் சமயமெனும் சங்கடம்விட்டு அறியேன்
சாத்திரச் சேறாடுகின்ற சஞ்சலம்விட்டு அறியேன்
ஆதி அந்த நிலை அறியேன் அலை அறியாக் கடல்போல்
ஆனந்தப் பெரும்போகத்து அமர்ந்திடவும் அறியேன்
நீதிநெறி நடந்தறியேன் சோதிமணப் பொதுவில்
நிருத்தமிடும் ஒருத்தர்திருக் கருத்தைஅறி வேனே!
ஏதிலர்சார் உலகினிடை எங்ஙனம்நான் புகுவேன்
யார்க்குரைப்பேன் என்னசெய்வேன் ஏதும் அறிந்திலேனே

19. கூறுகின்ற சமயம்எலாம் மதங்கள்எலாம் பிடித்துக்
கூவுகின்றார் பலன்ஒன்றுங் கொண்டறியார் வீணே
நீறுகின்றார் மண்ணாகி நாறுகின்றார் அவர்போல்
நீடுஉலகில் அழிந்துவிட நினைத்தேனோ நிலைமேல்
ஏறுகின்ற திறம்விழைந்தேன் ஏற்றுவித்தாய் ஆங்கே
இலங்குதிருக் கதவுதிறந்து இன்னமுதம் அளித்தே
தேறுகின்ற மெய்ஞ்ஞான சித்தியுறப் புரிவாய்
சித்தசிகா மணியேஎன் திருநடநா யகனே.

20. வேதநெறி ஆகமத்தின் நெறிபவு ராணங்கள்
விளம்புநெறி இதிகாசம் விதித்தநெறி முழுதும்
ஓதுகின்ற சூதனைத்தும் உள, அனைத்துங் காட்டி
உள்ளதனை உள்ளபடி உணரஉணர்த் தினையே
ஏதம்அற உணர்ந்தனன்வீண் போது கழிப்பதற்குஓர்
எள் அளவும் எண்ணம்இலேன் என்னோடுநீ புணர்ந்த்
தீதறவே அனைத்தும்வல்ல சித்தாடல் புரிவாய்
சித்தசிகா மணியேஎன் திருநட நாயகனே.

21. கலைஉரைத்த கற்பனையே நிலையெனக் கொண்டாடும்
கண்மூடி வழக்கம்எல்லாம் மண்மூடிப் போக

மலைவறுசன் மார்க்கம்ஒன்றே நிலைபெறமெய் உலகம்
வாழ்ந்தோங்கக் கருதிஅருள் வழங்கினை என்தனக்கே
உலைவறும்இப் பொழுதேநல் தருணம்என நீயே
உணர்த்தினை வந்து அணைந்தருள்வாய் உண்மை
உரைத்தவனே
சிலைநிகர் வன்மனங்கரைத்துத் திருஅமுதம் அளித்தோய்
சித்திசிகா மணியேஎன் திருநடநா யகனே.

22. சற்சபைக்கு உரியார் தம்மொடுங் கூடித்
தனித்த பேரன் புமெய் அறிவும்
நற்சபைக்கு உரிய ஒழுக்கமும் அழியா
நல்லமெய் வாழ்க் கையும் பெற்றே
சிற்சபை நடமும் பொற்சபை நடமும்
தினந்தொறும் பாடி நின்று ஆடித்
தெற்சபை உலகத்து உயிர்க்கெலாம் இன்பம்
செய்வதுதான் இச்சையாம் எந்தாய்.

23. எவ்வுயிர்த் திரளும் என்உயிர் எனவே
எண்ணிநல் இன் புறச் செயவும்
அவ்வுயிர் களுக்கு வரும் இடையூற்றை
அகற்றியே அச்சம்நீக் கிடவும்
செவ்வையுற்று உனது திருப்பதம் பாடிச்
சிவசிவ என்று கூத்தாடி
ஒவ்வுறு களிப்பால் அழிவுறாது இங்கே
ஓங்கவும் இச்சை காண் எந்தாய்.

24. தங்கமே அனையார் கூடிய ஞான
சமரச சுத்த சன் மார்க்கச்
சங்கமே கண்டு களிக்கவும் சங்கம்
சார்திருக் கோயில் கண்டிடவும்
துங்கமே பெறுஞ்சற் சங்கம் நீடூழி
துலங்கவும் சங்கத்தில் அடியேன்

அங்கமே குளிர நின்றனைப் பாடி
ஆடவும் இச்சை காண் எந்தாய்.

25. கருணையே வடிவாய்ப் பிறர்களுக்கு அடுத்த
கடுந்துயர் அச்சம் ஆதிகளைத்
தருணம்நின் அருளால் தவிர்த்துஅவர்க்கு இன்பம்
தரவும் வன்புலை கொலை இரண்டும்
ஒருவிய நெறியில் உலகெலாம் நடக்க
உஞற்றவும் அம்பலந் தனிலே
மருவிய புகழை வழுத்தவும் நின்னை
வாழ்த்தவும் இச்சைகாண் எந்தாய்.

26. மண்ணுல கதிலே உயிர்கள் தாம் வருந்தும்
வருத்தத்தை ஒரு சிறிது எனினும்
கண்ணுறப்பார்த்தும் செவிஉறக்கேட்டும்
கணமும்நான் சகித்திட மாட்டேன்
எண்ணுறும் எனக்கே நின்னருள் வலத்தால்
இசைத்தபோது இசைத்தபோது எல்லாம்
நண்ணும் அவ்வருத்தம் தவிர்க்கநல் வரந்தான்
நல்குதல் எனக்கிச்சை எந்தாய்.

27. விண்டபோ தகரும் அறிவரும் பொருளே
மெய்யனே ஐயனே உலகில்
தொண்டனேன் தன்னை அடுத்தவர் நேயர்
சூழ்ந்தவர் உறவினர் தாயர்
கொண்டுடன் பிறந்தோர் அயலவர் எனுமிக்
குறிப்பினர் முகங்களில் இளைப்பைக்
கண்டபோ தெல்லாம் மயங்கி என் உள்ளம்
கலங்கிய கலக்கம் நீ அறிவாய்.

28. சீர்த்த சிற்சபை என் அப்பனே எனது
தெய்வமே என் பெருஞ் சிறப்பே

ஆர்த்தஇவ் வுலகில் அம்மையர் துணைவர்
அடுத்தவர் உறவினர் நேயர்
வேர்த்த மற்று அயலார் பசியினால் பிணியினால்
மெய் உளம் வெதும்பிய வெதுப்பைப்
பார்த்தபோது எல்லாம் பயந்து எனது உள்ளம்
பதைத்தது உன் உளம் அறியாதோ.

29. பரைத்தனி வெளியில் நடம்புரிந் தருளும்
பரமனே அரும் பெரும் பொருளே
தரைத்தலத்து இயன்ற வாழ்க்கையில் வருகுமச்
சங்கடப் பாவியால் வருந்தி
நரைத்தவர் இளையர் முதலினோர் எனை ஓர்
நண்பன் என்று அவர் அவர் குணங்கள்
உரைத்த போது எல்லாம் நடுங்கி என் உள்ளம்
உடைந்தது உன் உளம் அறியாதோ.

30. எட்டரும் பொருளே திருச்சிற்றம் பலத்தே
இலகிய இறைவனே உலகில்
பட்டினி உற்றார் பசித்தனர் களையால்
பரதவிக்கின்றனர்என்றே
எட்டிய பிறரால் கேட்டபோது எல்லாம்
உளம் பகீர் என நடுக் குற்றேன்
இட்டி இவ்வுலகில் பசியினால் எந்தாய்
என் உளம் நடுங்குவது இயல்பே.

31. கோபமே வருமோ காமமே வருமோ
கொடிய மோகங்களே வருமோ
சாபமே அனைய தடை மதம் வருமோ
தாமதப் பாவி வந்திடுமோ
பாபமே புரியும் லோபமே வருமோ
பயனில் மாற்சரியம் வந்திடுமோ
தாப ஆங் காரமே வருமோ என்று

ஐய நான் தளர்ந்ததும் அறிவாய்.

32. எளியரை வலியார் அடித்தபோது ஐயோ
என் மனம் கலங்கிய கலக்கம்
தெளிய நான் உரைக்க வல்லவன் அல்லேன்
திரு உளம் அறியும் எந்தாயே
களியரைக் கண்டு பயந்து என் பயந்தான்
கடலினும் பெரியது கண்டாய்
அளியவர் பால் கொடியர் செய்த வெம்கொடுமை
அறிந்த என் நடுக்கம் ஆர் அறிவார்.

33. வாடிய பயிரைக் கண்ட போதெல்லாம்
வாடினேன் பசியினால் இளைத்தே
வீடுதோறும் இரந்தும் பசி அறாது அயர்ந்த
வெற்றரைக் கண்டு உளம் பதைத்தேன்
நீடிய பிணியால் வருந்து கின்றோர் என்
நேர் உறக் கண்டு உளம் துடித்தேன்
ஈடில் மானிகளாய் ஏழைகளாய் நெஞ்ச
இளைத்தவர் தமைக் கண்டே இளைத்தேன்

34. நலிதரு சிறிய தெய்வம் என்று ஐயோ
நாட்டிலே பல பெயர் எட்டிப்
பலிதர ஆடு பன்றி குக்கிடங்கள்
பலிக் கடா முதலிய உயிரைப்
பொலிவுறக் கொண்டே போகவுங் கண்டே
புந்தி நொந்து உளம் நடுக் குற்றேன்
கலிஉறு சிறிய தெய்வவெம் கோயில்
கண்ட காலத்திலும் பயந்தேன்.

35. நடுநிலை இல்லாக் கூட்டத்தைக் கருணை
நண்ணிடா அரயரை நாளும்
கெடு நிலை நினைக்கும் சிற்றதிகாரக்

கேடரைப் பொய் அலால் கிளத்தாப்
படுநிலை யவரைப் பார்த்த போது எல்லாம்
பயந்தனன் சுத்த சன் மார்க்கம்
விடுநிலை உலக நடையெலாங் கண்டே
வெருவினேன் வெருவினேன் எந்தாய்.

36. சாதியும் மதமும் சமயமும் தவிர்ந்தேன்
சாத்திரக் குப்பையும் தணந்தேன்
நீதியும் நிலையும் சத்தியப் பொருளும்
நித்திய வாழ்க்கையும் சுகமும்
ஆதியும் நடுவும் அந்தமும் எல்லாம்
அருட்பெரும் சோதிஎன்று அறிந்தேன்
ஓதிய அனைத்தும் நீஅறிந்தது நான்
உரைப்பது என்அடிக்கடி உனக்கே.

37. பித்தெலாம் உடைய உலகர்தம் கலகப்
பிதற்றெலாம் என்றுஒழிந் திடுமோ
சத்தெலாம் ஒன்றென்று உணர்ந்த சன்மார்க்க
சங்கம்என்று ஓங்குமோ தலைமைச்
சித்தெலாம் வல்ல சித்தன்என்று உறுமோ
தெரிந்திலேன் எனத்துயர்ந்து இருந்தேன்
ஒத்தெலாம் உனது திருவுளம் அறிந்தது
உரைப்பதுஎன் அடிக்கடி உனக்கே.

38. புல்லலா மனத்தேன் என்னினும் சமயம்
புகுதவா பொய்ந்நெறி ஒழுக்கம்
சொல்லவா பிறரைத் துதிக்கவா சிறிதோர்
சொப்பனத் தாயினும் நினையேன்
கல்லவா மனத்தோர் உலவையும் கருதேன்
கனகமா மன்றிலே நடிக்கும்
நல்லவா எல்லாம் வல்லவா உனையே
நம்பினேன் கைவிடல் எனையே.

39. கொலைபல புரிந்தே புலைநுகர்ந் திருந்தேன்
கோடுறு குரங்கினில் குதித்தே
அலைதரு மனத்தேன் அறிவிலேன் எல்லாம்
அறிந்தவன் போற்பிறர்க்கு உரைத்தேன்
மலைவுறு சமய வலைஅகப் பட்டே
மயங்கிய மதியினேன் நல்லோர்
நலைஅல எனவே திரிந்தனன் எனினும்
நம்பினேன் கைவிடேல் எனையே.

40. இருளான மலம்அறுத்து இகபரம் கண்டே
எல்லா உயிர்களும் இன்புற் றுவாழ
மருளான பற்பல மார்க்கங்கள் எல்லாம்
வழிதுறை தெரியாமல் மண்மூடிப் போகத்
தெருளான சுத்தசன் மார்க்கமது ஒன்றே
சிறந்து விளங்ஓர் சிற்சபை காட்டும்
அருளான வீதியில் ஆடச்செய் தீரே
அருட்பெருஞ் சோதிஎன் ஆண்டவர் நீரே.

41. இருட்சாதித் தத்துவச் சாத்திரக் குப்பை
இருவாய்ப்புப் புன்செயில் எருவாக்கிப் போட்டு
மருட்சாதி சமயங்கள் மதங்கள் ஆச்சிரம
வழக்கம்எலாம் குழிக்கொட்டி மண்மூடிப் போட்டுத்
தெருட்சாருஞ் சுத்தசன் மார்க்கநல் நீதி
சிறந்து விளங்கஓர் சிறப்பை காட்டும்
அருட்சோதி வீதியில் ஆடச்செய் தீரே
அருட்பெருஞ் சோதிஎன் ஆண்டவர் நீரே.

42. மதமென்றும் சமயமென்றும் சாத்திரங்கள் என்றும்
மன்னுகின்ற தேவரென்றும் மற்றவர்கள்வாழும்
பதமென்றும் பதம்அடைந்த பத்தர்அது பவிக்கப்
பட்டஅனு பவங்கள்என்றும் பற்பலவாவிரிந்த

விதம்ஒன்றுந் தெரியாத மயங்கியவன் றெனக்கே
வெட்டவெளி யாய்அறிவித் திட்டஅருள்இறையே
சதம்ஒன்றும் சுத்தசிவ சன்மார்க்கப் பொதுவில்
தனிநடஞ்செய் அரசேயென் சாற்றும்அணிந்தருளே.

43. தயைஉடையார் எல்லாரும் சமரச சன்மார்க்கம்
சார்ந்தவர்கள் இங்கவர்கள் தம்மோடுங்கூடி
நயம்உறுநல் அருள்நெறியில் களித்துவிளையாடி
நண்ணுகவென்று எனக்கிசைந்த நண்புறுசற்குருவே
உயல்உறுமென் உயிர்க்கினிய உறவேஎன் அறிவில்
ஓங்கியபேர் அன்பேஎன் அன்பில்உறும் ஒளியே
மயல் அறுமெய்த் தவர்சூழ்ந்து போற்றும் மணிமன்றில்
மாநடத்தென் அரசேஎன் மாலையணிந்தருளே!

44. கொள்ளைவினைக் கூட்டுறவால் கூட்டியபல் சமயக்
கூட்டமும்அக் கூட்டத்தே கடவுகின்றகலையும்
கள்ளம்உறும் அக்கலைகள் நாட்டியபல் கதியும்
காட்சிகளும் காட்சிதரு கடவுளரும்எல்லாம்
பிள்ளைவிளை யாட்டெனநன்கு அறிவித் திங்கெனையே
பிள்ளையெனக் கொண்டுபிள்ளைப் பெயரிட்ட பதியே
தள்ளரிய மெய்படியார் போற்றமணி மன்றில்
தனிநடஞ்செய் அரசேஎன் சாற்றும்அணிந் தருளே!

45. நால்வருணம் ஆச்சிரம ஆசாரம் முதலாம்
நவின்றகலைச் சரிதம்எலாம் பிள்ளைவிளையாட்டே
மேல்வருணந் தோல்வருணங்கண்டறிவார் இலைநீ
விருத்துஇதுபார் என்றெனக்கு விளம்பியசற் குருவே
கால் வருணங் கலையாதே விணில் அலையாதே
காண்பனவெல் லாம்எனக்குக் காட்டிய மெய்ப்பொருளே
மால்வருணங் கடந்தவரை மேல்வருணத் தேற்ற
வயங்குநடத் தரசேஎன் மாலையணிந்தருளே.

46. இயல்வேதா கமங்கள் புராணங்கள் இதிகாசம்
இவைமுதலா இந்திரசாலங் கடையாய் உரைப்பர்
மயலொருநூல் மாத்திரந்தான் சாலமென அறிந்தார்
மகனேநீ நூல் அனைத்தும் சாலமென அறிக
செயல்அனைத்தும் அருள்ஒளியாக் காண்கவென எனக்கே
திருவுளம் பற்றியஞான தேசிகமாமணியே
அயலறியா அறிவுடையார் எல்லாரும் போற்ற
ஆடுகின்ற அரசேஎன் அலங்கல் அணிந்தருளே.

47. தோன்றிய வேதாகமத்தைச் சாலம்என உரைத்தேம்
சொற்பொருளும் இலக்கியமும்பொய் யெனக்கண்டறியேல்
ஊன்றிய வேதாகமத்தின் உண்மை நினக்காகும்
உலகறி வேதாகமத்தைப் பொய்யெனக் கண்டுணர்வாய்
ஆன்றதிரு அருட்செங்கோல் நினக்களித்தோம்நீயே
ஆள்கஅருள் ஒளியால் என்று அளித்த தனிச்சிவமே
என்றதிரு அமுதுஎனக்கும் ஈந்தபெரும் பொருளே
இலங்கும் நடத் தரசேஎன் இசையும் அணிந்தருளே.

48. நான்முகர்நல் உருத்திரர்கள் நாரணர் இந்திரர்கள்
நவில்அருகர் புத்தர்முதல் மதத்தலைவர்கள் எல்லாம்
வான்முகத்தில் தோன்றிஅருள் ஒளிசிறிதே அடைந்து
வானகத்தும் வையகத்தும் மனம்போனபடியே
தேன்முகந்து உண்டவர் எனவே விளையாடாநின்ற
சிறுபிள்ளைக் கூட்டமென அருட்பெருஞ்சோதியினால்
தான்மிகக் கண்டறிகவெனச் சாற்றியசற் குருவே
சபையின் நடத்தரசேஎன் சாற்றும் அணிந்தருளே.

49. கணக்குவழக் கதுகடந்த பெருவெளிக்கு நடுவே
கதிர்பரப்பி விளங்குகின்ற கண்ணிறைந்தசுடரே
இணக்கம் உறும் அன்பர்கள் தம் இதயவெளி முழுதும்
இனிதுவிளங் குறநடுவே இலங்கும் ஒளிவிளக்கே
மணக்குநறு மணமேசின் மயமாய்என் உளத்தே

வயங்குதனிப் பொருளேஎன் வாழ்வே என்மருந்தே
பிணக்கறியாப் பெருந்தவர்கள் சூழமணி மன்றில்
பெருநடஞ்செய் அரசே என் பிதற்றும் அணிந்தருளே.

50. சிதத்திலே ஊறித் தெளிந்ததென் அமுதைச்
சித்தெலாம் வல்லமெய்ச் சிவத்தைப்
பதத்திலே பழுத்த தனிப்பெரும் பழத்தைப்
பரம்பர வாழ்வையெம் பதியை
மதத்திலே மயங்கா மதியிலே விளைந்த
மருந்தைமா மந்திரந் தன்னை
இதத்திலே என்னை இருத்திஆட் கொண்ட
இறைவனைக் கண்டு கொண்டேனே.

51. கரும்பினின் சாற்றைக் கனிந்தமுக் கனியைக்
கருதுதகோற் றேன் நறுஞ்சுவையை
அரும்பெறல் அமுதை அறிவைஎன் அன்பை
ஆவியை ஆவியுள் கலந்த
பெருந்தனிப் பதியைப் பெருஞ்சுகக் களிப்பைப்
பேசுதற்கு அரும்பெரும் பேற்றை
விரும்பிஎன் உளத்தை இடங்கொண்டு விளங்கும்
விளக்கினைக் கண்டு கொண்டேனே.

52. சமயமும் மதமும் கடந்ததோர் ஞான
சபைநடம் புரிகின்ற தனியைத்
தமையறிந் தவருட் சார்ந்தமெய்ச் சார்பைச்
சத்துவ நித்த சற்குருவை
அமையவென் மனத்தைத் திருத்திநல் அருளார்
அமுதளித்து அமர்ந்த அற்புதத்தை
நிமிலநிர்க் குணத்தைச் சிற்குணாகார
நீதியைக் கண்டு கொண்டேனே.

53. அளவைகள் அனைத்தும் கடந்து நின்று ஓங்கும்

அருட்பெருஞ் சோதியை உலக்க
களவைவிட்டவர்தம் கருத்துளே விளங்கும்
காட்சியைக் கருணை அம்கடலை
உளவைஎன் றனக்கே உரைத்தெலாம்வல்ல
ஒளியையும் உதவிய ஒளியைக்
குளவயின் நிறைந்த குருசிவபதியைக்
கோயிலிற் கண்டுகொண்டேனே.

54. கலைநிறை மதியைக் கனலைச் செங்கதிரை
ககனத்தைக் காற்றினை அமுதை
நிலைநிறை அடியை அடிமுடிதோற்றா
நின்மல நிர்க்குண நிறைவை
மலைவறும் உளத்தே வயங்கும்மெய் வாழ்வை
வரவுபோக் கற்றசின் மயத்தை
அலைவறு கருணைத் தனிப்பெருங் கடலை
அன்பினின் கண்டுகொண்டேனே.

55. சாதியைநீள் சமயத்தை மதத்தை யெலாம்
விடுவித்தென் றன்னை ஞான
நீதியிலே சுத்த சிவ சன்மார்க்க
நிலைதனிலே நிறுத்தினா னைப்
பாதியை ஒன்றானவனைப் பரம் பரனைப்
பராபரனைப் பதிய னாதி
ஆதியைச் சிற்றம்பலத் தென் அருட்பெருஞ்
சோதியைப் பெற்றேன் அச் சோஅச்சோ.

56. படிப்படக்கிக் கேள்வியெலாம் பற்றறவிட்டடக்கிப்
பார்த்திடலும் அடக்கிஉறும் பரிசமெலாம் அடக்கித்
தடிப்புறும் ஊண்சுவை அடக்கிக் கந்தம்எலாம்அடக்கிச்
சாதிமதம் சமயமெனும் சழக்கையும் விட்டடக்கி
மடிப்படக்கி நின்றாலும் நில்லேன்நான் எனவே
வனக்குரங்கும் வியப்பஎன்றன் மனக்குரங்கு குதித்த

துடிப்படக்கி ஆட்கொண்ட துரையே என் உளத்தே
சுத்தநடம் புரிகின்ற சித்த சிகாமணியே.

57. ஆதி அந்தந் தோற்றாத அரும் பெரும் சோதியனே
அம்மேஎன் அப்பாஎன் ஐயா என் அரசே
ஓதி எந்த வகையாலும் உணர்ந்து கொளற்கு அரிதாய்
உள்ளபடி இயற்கையிலே உள்ள ஒரு பொருளே
ஊதியம் தந்து எனையாட் கொண்டு உள்ளிடத்தும்புறத்தும்
ஓவாமல் விளங்குகின்ற உடையவனே இந்தச்
சாதி இந்த மதமெனும் வாய்ச்சழக்கையெலாம் தவிர்த்த
சத்தியனே உண்கின்றேன் சத்தியத்தெள் அமுதே.

58. அச்சமெலாம் தவிர்த் தருளி இச்சையெலாம் அளித்த
அம்மே என் அப்பா என் ஐயா என் அரசே
துச்ச உலகு ஆசாரத் துடுக்கு அனைத்துந் தவிர்த்தே
சுத்த நெறி வழங்குவித்த சித்த சிகாமணியே
உச்ச நிலை நடு விளங்கும் ஒரு தலைமைப் பதியே
உகலமெலாம் எடுத்திடினும் உலவாத நிதியே
இச் சமயம் எழுந்தருளி இறவாத வரமும்
எல்லாஞ்செய் வல்ல சித்தின் இயற்கையுந் தந்தனையே

59. தத்துவப் பதியே தத்துவங் கடந்து
தனித்ததோர் சத்திய பதியே
சத்துவ நெறியியில் சார்ந்த சன் மார்க்கர்
தமக்குளே சார்ந்த நற் சார்பே
பித்துறு சமயப் பிணக்குறும் அவர்க்குப்
பெரிது அரிதாகிய பேறே
புத் தமுது அளித்த என் உளத்திலே கலந்து
பொது நடம்புரிகின்ற பொருளே.

60. தன்மை காண் பரிப தலைவனே எல்லாம்
தரவல்ல சம்புவே சமயப்

புன்மை நீத்து அகமும் புறமும் ஓத்து அமைந்த
புண்ணியர் நண்ணிய புகலே
வன்மை சேர் மனத்தை நன்மை சோ மனமா
வயங்குவித்து அமர்ந்த மெய் வாழ்வே
பொன்மை சார் கனகப் பொதுவொடு ஞானப்
பொது நடம் புரிகின்ற பொருளே.

61. சிதத் தொளிர் பரமே பரத் தொளிர் பதமே
சிவ பத அநுபவச் சிவமே
மதத் திடைத் தவிர்த்த மதி மதி மதியே
மதி நிறை அமுத நல் வாய்ப்பே
சதத்திரு நெறியே தனி நெறித் துணையே
சாமியே தந்தையே தாயே
புதப் பெரு வரமே புகற் கருந்தாமே
பொது நடம் புரிகின்ற பொருளே.

62. மெய்ம்மையே கிடைத்த மெய்ம்மையே ஞான
விளக்கமே விளக்கத்தின் வியப்பே
கைம்மையே தவிர்த்து மங்கலம் அளித்த
கருணையே கரிசு இலாக் களிப்பே
ஐம்மையே அதற்குள் அது அது ஆகும்
அற்புதக் காட்சியே எனது
பொய்ம் மையே பொறுத்தும் புகல் அளித்து அருளிப்
பொது நடம் புரிகின்ற பொருளே.

63. மதம்பிடித் தவரெல்லாம் வாய்பிடிப் புண்டு
வந்துநிற் கின்றனர் வாய்திறப் பிப்பான்
கதம்பிடித் தவர்எல்லாம் கடும்பிணி யாலே
கலங்கினர் சூழ்ந்தனர் உலம்புறு கின்றார்
பதம்பிடித் தவர்எல்லாம் அம்பலப் பாட்டே
பாடினர் ஆடினர் பரவிநிற் கின்றார்
இதம்பிடித் தெனையாண்ட அருட்பெருஞ்சோதியென்

ஐயயே பள்ளி எழுந்தருள் வாயே.

64. மருளொடு மாயைபோய்த் தொலைந்தது மதங்கள்
வாய்மூடிக் கொண்டன மலர்ந்தது கமலம்
அருளொளி விளங்கியது ஒருதிருச் சபையும்
அலங்கரிக் கின்றனர் துலங்கிவீற் றிருக்கத்
தெருளொடு பொருளுமேன் மேலெனக் களித்துச்
சித்தெலாம் செய்திட திருவருள் புரிந்தே
இருள்அறுத் தெனையாண்ட அருட்பெருஞ்சோதியென்
வள்ளலே பள்ளி எழுந்தருள் வாயே.

65. தெய்வங்கள் பலபல சிந்தைசெய் வாரும்
சேர்கதி பலபல செப்புகின் றாரும்
பொய்வந்த கலைபல புகன்றிடு வாரும்
பொய்ச்சம யாதியை மெச்சுகின் றாரும்
மெய்வந்த திருவருள் விளக்கம் ஒன்றில்லார்
மேல்விளைவு அறிகிலர் வீண்கழிக் கின்றார்
எய்வந்த துன்பொழித்து அவர்கறிவு அருள்வீர்
எனைப்பள்ளி எழுப்பிமெய் இன்பந்தந் தீரே.

66. வெறிக்குஞ்சமயக் குழியில் விழ
விரைந்தேன் றன்னை விழாத வகை
மறிக்கும் ஒருபேர் அறிவளித்த
வள்ளற் கொடியே மனக்கொ டியைச்
செறிக்கும் பெரியர் உளத் தோங்குந்
தெய்வக் கொடியே சிவ ஞானங்
குறிக்குங் கொடியே ஆனந்தக்
கொடியே அடியேற்கு அருளுகவே.

67. மதத்திலே சமய வாழக்கிலே மாயை
மருட்டிலே இருட்டிலே மறவாக்
கதத்திலே மனத்தை வைத்துவீண் பொழுது

கழிக்கின்றார் கழிக்கநான் உன்பூம்
பதத்திலே மனத்தை வைத்தனன் நீயும்
பரிந்தெனை அழிவிலா நல்ல
பதத்திலே வைத்தாய் எனக்கிது போதும்
பண்ணிய தவம்பலித் ததுவே.

68. குலத்திலே சமயக் குழியிலே நரகக்
குழியிலே குமைந்து வீண் பொழுது
நிலத்திலே போக்கி மயங்கி யேமாந்து
நிற்கின்றார் நிற்க நான் உவந்து
வலத்திலே நினது வசத்திலே நின்றேன்
மகிழ்ந்துநீ என்னுளம் எனும்அம்
பலத்திலே நின்றாய் எனக்கிது போதும்
பண்ணிய தவம்பலித் ததுவே.

69. சாதிமதம் சமய முதல் சங்கற்ப
விகற்பம் எல்லாம் தவிர்ந்து போக
ஆதிநடம் புரிகின்றான் அருட்சோதி
எனக்களித்தான் அந்தோ! அந்தோ!!

70. மதமெனும்பேய் பிடித்தாட்ட ஆடுகின்றோர் எல்லாம்
மன்றிடத்தே வள்ளல்செய்யும் மாநடங் காண்குவரோ
சமமெனவே இருக்கின்றார் படுவது அறிந்திலரே
சாகாத கல்கவிற்குந் தரம்இவர்க்கும் உளதோ
பதமறியா இந்தமத வாதிகளோ சிற்றம்
பலநடங்கண் டுய்ந்தேனைச் சிலபுகன்றார் எந்தாய்
கதைமொழிநீ அன்றுசொன்ன வார்த்தையன்றோ இன்று
தோத்திரஞ் செய்து அங்காங்கே தொழுகின்றார் காணே.

71. எவ்வுலகில் எவ்வெவர்க்கும் அரும்பெருஞ் சோதியரே
இறைவர்என்பது அறியாதே இம்மதவாதிகள் தாம்
கவ்வைபெறு குருடர்கரி கண்டகதை போலே

கதைக்கின்றார் சாகாத கல்விநிலை அறியார்
நவ்விவிழி யாய்இவரோ சிலபுகன்றார் என்றாய்
ஞானநடங் சண்டறியேன்மெய்த் தேன்முதம்உண்டேன்
செவ்வைபெறு சமரசசன் மார்க்கசங்கத் தனிலே
சேர்ந்தேன்அத் தீமொழியும் கேமொழியாயினவே.

72. பெருகியபேர் அருள்உடையார் அம்பலத்தே நடிக்கும்
பெருந்தகைஎன் கணவர்திருப் பேர்புகல் என்கின்றாய்
அருகர்புத்தர் ஆதிஎன்பேன் அயன்என்பேன் நாராயணன் என்பேன்
அரன் என்பேன் ஆதிசிவன் என்பேன்
பருகுசதா சிவம் என்பேன் சத்திசிவம் என்பேன்
பரம்என்பேன் பிரமம் என்பேன் பரம்பிரமம் என்பேன்
துருவுசுத்தப் பிரமம்என்பேன் துரியநிறைவென்பேன்
சுத்தசிவம் என்பன் இவை சித்துவிளை யாட்டே.

73. சாதிசம யங்களிலே விதிபல வகுத்த
சாத்திரக் குப்பைகள் எலாம் பாத்திரம் அன்றெனவே
ஆதியில்என் உளத்திருந்தே அறிவித்த படியே
அன்பால்இன்று அண்மைநிலை அறிவிக்க அறிந்தேன்
ஓதிஉணர்ந்தோர்புகழும் சமரசசன் மார்க்கம்
உற்றேன்சிற் சபைகாணப் பெற்றேன்மெய்ப் பொருளாம்
சோதிநடத் தரசையென்றேன் உயிர்க்கு உயிராம்பதியைச்
சுத்தசிவ நிறைவைஉள்ளே பெற்றுமகிழ்ந்தேனனே.

74. மதியைக் கெடுத்து மரணம் எனும்
வழக்கைப் பெருக்கி இடர்ப்படும் ஓர்
விதியைக் குறித்த சமய நெறி
மேவாது என்னைத் தடுத்துஅருளாம்
பதியைக் கருதிச் சன்மார்க்கப்
பயன்பெற் றிடஎன் னுட்கலந் தோர்
கதியைக் கொடுத்தாய் நின்றனக்குக்

கைம்மா றேதுகொடுப் பேனே.

75. நிலத்தே யடைந்த இடர் அனைத்தும்
நிமிடத்து ஒழித்தே நிலைபெற்றேன்
வலத்தே அழியா வரம்பெற்றேன்
மணிமன்று ஏத்தும் வாழ்வடைந் தேன்
குலத்தே சமயக் குழியிடத்தே
விழுந்துஇவ் வுலகம் குமையாதே
கலத்தே சுத்தசன் மார்க்கம்
நாட்டா நின்றேன் நாட்டகத்தே.

76. அகத்தே கறுத்துப் புறத்து வெளுத்து
இருந்த உலகர் அனைவரையும்
சகத்தே திருத்திச் சன்மார்க்க
சங்கத்தே அடைவித்திட அவரும்
இகத்தே பரத்தைப் பெற்று மகிழ்ந்
திடுதற் கென்றே எனைஇந்த
உகத்தே இறைவன் வருவிக்க
உற்றேன் அருளைப் பெற்றேனே.

77. துன்பெலாந் தீர்ந்தன சுகம்பலித் ததுநினைச்
சூழ்ந்தது அருள் ஒளி நிறைந்தே
சுத்தசன் மார்க்க நிலை அநுபவம் நினக்கே
சுதந்தரம் அது ஆனது உலகில்
வன்பெலாம் நீக்கிநல் வழியெலாம் ஆக்கிமெய்
வாழ்வெலாம் பெற்று மிகவும்
மன்னுயிர் எலாங்களித் திடநினைத் தனையுன்றன்
மனநினைப் பின் படிக்கே
அன்பநீ பெருக உலவாது நீடூழி
விளையாடுக அருட்சோதி யாம்
ஆட்சி தந்தோம்உனைக் கைவிடோம் கைவிடோம்
ஆணைநம் ஆணை என்றே

இன்புறத் திருவாக்கு அளித்துஎன் உள்ளேகலந்து
இசைவுடன் இருந்த குருவே
எல்லாஞ்செய் வல்லசித்து ஆகிமணி மன்றினில்
இலங்குநட ராஜ பதியே.

78. பேருற்ற உலகில்உறு சமயமத நெறிஎலாம்
பேய்ப்பிடிப் புற்ற பிச்சுப்
பிள்ளைவிளை யாட்டென உணர்ந்திடாது உயிர்கள்பல
பேதம்உற்று அங்கும்இங்கும்
போர்உற்று இறந்துவீண் போயினார் இன்னும்வீண்
போகாத படி விரைந்தே
புனிதமுறு சுத்தசன் மார்க்கநெறி காட்டிமெய்ப்
பொருளினை உணர்த்தி எல்லாம்
ஏருற்ற சுகநிலை அடைந்திடப் புரிதிநீ
என் பிள்ளை ஆதலாலே
இவ்வேலை புரிகஎன் றிட்டனன் மனத்தில் வேறு
எண்ணற்க வென்ற குருவே
நீறுற்ற ஒள்ளிய நெருப்பே நெருப்பினுள்
நிறைந்திருள் அகற்றும் ஒளியே
நிர்க்குணா னந்தபர நாதாந்த வரையோங்கும்
நீதிநட ராஜ பதியே.

79. காய்மனக் கடையனைக் காத்தமெய்ப் பொருளே
கலைகளும் கருதரும் ஒருபெரும் பதியே
தேய்மதிச் சமயருக்கு அரியஒண் சுடரே
சித்தெலாம் வல்லதோர் சத்திய முதலே
ஆய்மதிப் பெரியருள் அமர்ந்த சிற்பரமே
அம்பலத்து ஆடல்செய் செம்பதத்து அரசே
தாய்மதிப் பரியதோர் தயவுடைச் சிலமே
தனிநட ராஜஎன் சற்குரு மணியே.

80. பன்னெறிச் சமயங்கள் மதங்கள் என்றிடும் ஓர்

பவநெறி இதுவரை பரவியது இதனால்
சென்னெறி அறிந்திலர் இறந்திறந்து உலகோர்
செறிஇருள் அடைந்தனர் ஆதலின் இனிநீ
புன்னெறி தவிர்த்து ஒரு பொதுநெறி எனும்வான்
புத்தமுது அருள்கின்ற சுத்தசன் மார்க்கத்
தன்னெறி செலுத்துக என்றஎன் அரசே
தனிநட ராஜாஎன் சற்குருமணியே.

81. நண்ணிய மதநெறி பலபல அவையே
நன்றற நின்றன சென்றன சிலவே
அண்ணிய உலகினர் அறிகிலர் நெடுநாள்
அலைதரு நின்றனர் அலைவற மகனே
புண்ணியம் உறுதிரு அருள் நெறி அதுவே
பொதுநெறி என அறி வுறமுயலுகிநீ
தண்ணிய அமுது உணத் தந்தனம் என்றாய்
தனிநட ராஜஎன் சற்குருமணியே.

82. வட்டிமேல் வட்டிகொள் மார்க்கத்தில் நின்றீர்
வட்டியை வளர்க்கின்ற மார்க்கத்தை அறியீர்
பெட்டிமேல் பெட்டிவைத்து ஆள்கின்றீர் வயிற்றுப்
பெட்டியை நிரப்பிக்கொண்டு ஒட்டிஉள் இருந்தீர்
பட்டினி கிடப்பாரைப் பார்க்கவும் நேரீர்
பழங்கஞ்சி ஆயினும் வழங்கவும் நினையீர்
எட்டிபோல் வாழ்கின்றீர் கொட்டிபோல் கிளைத்தீர்
எத்துணை கொள்கின்றீர் பித்துலகீரே.

83. துன்மார்க்க நடையிடைத் தூங்குகின் றீரே
தூக்கத்தை விடுகின்ற துணை ஒன்று கருதீர்
சன்மார்க்க சங்கத்தைச் சார்ந்திட விழையீர்
சாவையும் பிறப்பையும் தவிர்ந்திட விரும்பீர்
பன்மார்க்கம் சொல்கின்ற படிற்று உளம் அடக்கீர்
பசித்தவர் தம்முகம் பார்த்துண வளியீர்

என்மார்க்கம் மெச்சுகம் யாதுநும் வாழ்க்கை
எத்துணை கொள்கின்றீர் பித்துலகீரே.

84. சாதியிலே மதங்களிலே சமய நெறிகளிலே
சாத்திரச்சந் தடிகளிலே கோத்திரச் சண்டையிலே
ஆதியிலே அபிமானித்து அலைகின்றஉலகீர்
அலைந் தலைந்து வீணேநீர் அழிதல் அழகலவே
நீதியிலே சன்மார்க்க நிலைதனிலே ஞான
நிருத்தமிடும் தனித்தலைவர் ஒருத்தர் அவர்தாமே
வீதியிலே அருட்சோதி விளையாடல் புரிய
மேவுகின்ற தருணம் இது கூவுகின்றேன் உமையே.

85. எய்வகைசார் மதங்களிலே பொய்வகைச் சாத்திரங்கள்
எடுத்துரைத்தேஎமது தெய்வம்எமது தெய்வம்என்று
கைவகையே கதறுகின்றீர்தெய்வம் ஒன்றென்றுஅறியீர்
கரிபிடித்துக் கலகமிட்ட பெரியரினும் பெரியீர்
ஐவகைய பூதஉடம்பு அழிந்திடில் என்புரிவீர்
அழியுடம்பை அழியாமை ஆக்கும் வகை அறியீர்
உய்வகை என் தனித்தந்தை வருகின்ற தருணம்
உற்றுஇவண் உற்றிடுவீர் பெற்றிடுவீர் உவப்பே.

86. நரைமரணம் மூப்பறியா நல்ல உடம்பினரே
நற்குலத்தார் என அறியீர் நானிலத்தீர் நீவிர்
வரையில் உயர் குலம்என்றும் தாழ்ந்தகுலம் என்றும்
வகுக்கின்றீர் இருகுலமும் மாண்டிடக் காண்கின்றீர்
புரைஉறுநும் குலங்கள்எலாம் புழுக்குலம்என்றறிந்தே
புத்தமுதம் உண்டுஓங்கும் புனிதகுலம் பெறவே
உரைபெறும்என் தனித்தந்தை வருகின்ற தருணம்
உற்றுஅவண் உற்றிடுவீர் உண்மைஉரைத் தேனே.

87. துன்மார்க்கம் எல்லாம் தொலைத்துவிட்டேன் சுத்தசில
சன்மார்க்க சங்கம் தலைப்பட்டேன் - என்மார்க்கம்

நன்மார்க்கம் என்றேவான் நாட்டார் புகழ்கின்றார்
மன்மார்க்கத் தாலே மகிழ்ந்து.

88. பன்மார்க்கம் எலலாம் பசை அற்று ஒழிந்தனவே
சன்மார்க்கம்ஒன்றே தழைத்ததுவே - சொன்மார்க்கத்து
எல்லா உலகும் இசைந்தனவே எம்பெருமான்
கொல்லா நெறிஅருளைக் கொண்டு.

89. சாதிகுலம் என்றும் சமயமதம் என்றும்உப
நீதியில் ஆச்சிரம நீட்டென்றும் - ஓதுகின்ற
பேயாட்ட மெல்லாம் பிதிர்ந்தொழிந்த வேபிறர்தம்
வாயாட்டந் தீர்ந்தனவே மற்று.

90. சாத்திரங்கள் எல்லாம் தடுமாற்றம் சொல்வதன்றி
நேத்திரங்கள் பொறகாட்ட நேராவே - நேத்திரங்கள்
சிற்றம் பலவன் திருவருட்சீர் வண்ணம் என்றே
உற்றிங் கறிந்தேன் உவந்து.

91. வேதாகமங்கள் என்று வீண்வாதம் ஆடுகின்றீர்
வேதாக மத்தின் விளைவறியீர் - சூதாகச்
சொன்ன அலால் உண்மை வெளி தோன்ற உரைத்தல் இலை
என்ன பயனோ இவை.

92. கண்டதெல்லாம் நித்தியமே கேட்டதெல்லாம் பழுதே
கற்றதெல்லாம் பொய்யேநீர்களித்த தெல்லாம்வீணே
உண்ட தெலாம் மலமேஉள் கொண்டதெலாம் குறையே
உலகியலீர் இதுவரையும் உண்மை அறிந்திலீரே
விண்டதனால் என் இனிநீர் சமரச சன்மார்க்க
மெய்ந்நெறியைக் கடைப்பிடித்து மெய்ப்பொருள் நன்குணர்ந்தே
எண்தகுசிற் றம்பலத்தே எந்தையருள் அடைமின்
இறவாத வரம்பெறலாம் இன்பம் உறலாமே.

93. முயன்றுகில் பயன்அடையா மூடமதம் அனைத்தும்
முடுகி அழிந் திடவும்ஒரு மோசமும் இல்லாதே
இயன்றவொரு சன்மார்க்கம் எங்கும் நிலைபெறவும்
எம்மிறைவன் எழுந்தருளல் இதுதருணங் கண்டீர்
துயின்றுணர்ந்தே எழுந்தவர்போல் இறந்தவர்கள் எல்லாம்
தோன்றஎழு கின்றதிது தொடங்கிநிகழ்ந் திடும்நீர்
பயின் றறிய விரைந்துவம்மின் படியாத படிப்பைப்
படித்திடலாம் உணர்ந்திடலாம் பற்றிடலாம் சுகமே.

94. முன் உள மார்க்கங்கள் யாவும் முடிந்தன
மன் உள சுத்த சன் மார்க்கம் சிறந்தது
பன் உளந் தெளிந்தன பதி நடம் ஓங்கின
என் உளத்து அருட்பெரும் சோதியார் எய்தலே.

95. தூக்கமுந் துயரும் அச்சமும் மடமும்
தொலைந்தன தொலைந்தன எனைவிட்டு
ஏக்கமும் வினையும் மாயையும் இருளும்
இரிந்தன ஒழிந்தன முழுதும்
ஆக்கமும் அருளும் அறிவும் மெய் அன்பும்
அழிவுறா உடம்பும் மெய் இன்ப
ஊக்கமும் எனையே உற்றன உலகீர்
உண்மை இவ் வாசகம் உணர்மின்.

96. ஆதியும் நடுவும் அந்தமும் இல்லா
அருட்பெரும் சோதி என் உளத்தே
நீதியிற் கலந்து நிறைந்தது நானும்
நித்தியன் ஆயினேன் உலகீர்
சாதியும் மதமும் சமயமும் தவிர்த்தே
சத்திய சுத்த சன் மார்க்க
வீதியில் உமைத் தான் நிறுவுவல் உண்மை
விளம்பினேன் வம்மினோ விரைந்தே.

97. கண்டேன் சிற்றம்பலத் தானந்த நாடங் கண்டு களி
கொண்டே னெல்லாம் வல்ல சித்தனைக் கூடிக் குலவியமு
துண்டேன் மெய்ஞ் ஞானஉரு வடைந்தேன் பொய்யுல
கொழுக்கம்
விண்டேன் சமரச சன் மார்க்கம் பெற்ற வியப்பு இதுவே.

98. எவ்வுயிரும் பொது வெனக் கண்டிரங்கி யுப
கரிக்கின்றார் யாவ ரந்தச்
செவ்வியர் தஞ் செய லனைத்துந் திரு வருளின்
செய லெனவே தெரிந்தே னிங்கே
கவ்வை இலாத் திரு நெறி யத் திரு வாளர்
தமக்கேவல் களிப்பாற் செய்ய
ஒவ்விய தென் கருத்தவர் சீரோதிட வென்
வாய் மிகவு மூர்வதாலோ.

99. எத் துணையும் பேத முறா தெவ் வுயிருந்
தம்முயிர் போ லெண்ணி யுள்ளே
யொத் துரிமை யுடையவரா யுவக்கின்றார்
யாவ ரவ ருளந்தான் சுத்த
சித் துருவா யெம்பெருமா னடம் புரியு
மிட மென தான் தெரிந்தே னந்த
வித்தக ர்த மடிக் கேவல் புரிந்திட வென்
சிந்தை மிக விழைந்த தாலோ.

100. கருணை யொன்றே வடிவாகி எவ்வுயிருந்
தம் முயிற்போற் கண்டு ஞானத்
தெரு ணெறியில் சுத்த சிவ சன் மார்க்கப்
பெரு நீதி செலுத்தா நின்ற
பொரு ணெறி சற்குண சாந்தப் புண்ணியர் தந்
திரு வாயார் புகன்ற வார்த்தை

அருணெறிவே தாகமத்தி னடி முடி சொல்
வார்த் தைக ளென் றறைவ ராலோ.

முற்றிற்று.

★★★

Printed at Repro India Ltd.